गूढ अंतरींचे
MARATHI GAZAL

प्रियांका घोडके

ISBN 979-888521519-0

अनुक्रमणिका

अनुक्रमणिका

अनुक्रमणिका

अनुक्रमणिका

प्रस्तावना

गझलगुरू प्रकाशदादा बनसोडे यांच्या स्मरणार्थसुरू केलेल्या, ऑनलाईन गझल

अध्ययन कार्यशाळेतून गझल तंत्र शिकून जवळजवळ वीस वृतामध्येपन्नास ते

साठ गझल लिहिण्याचेकसब दाखविणारी गझलकारा 'सौ.प्रियांका घोडके' यांच्या

गझलांचा गझल संग्रह येतोय. आणि त्याची प्रस्तावना लिहिण्या चा योग हे

माझ्यासाठी खूपच आनंददायी गोष्ट आहे.हे पेरलेल्या बियांचेउगवून आलेलेरोप आणि त्याला

येणारी पाने, फुलेबघून जसा बी लावणारा आनंद होतो. अगदी तशाच भावना

मनात घर करून आहेतहे. सहा ते सात महिन्यापूर्वी गझल शिकायला केलेली

सुरूवात आणि आता गझलेत आलेला प्रभावीपणा खूपच उंचीचा आहे.हे सहज

आणि सा ध्या साध्या शब्दांचा वापर करून गझलेत स्वतःला शोधूपाहणारी

गझलकारा 'सौ.प्रियांका घोडके' यांच्या 'गूढ अंतरीचे' या गझल संग्रहातील

प्रत्येक गझलेत स्त्री मनाच्या भावना व्यथा आणि वेदना यांचेचित्रण रसिक

वाचकांना या गझल संग्रहाच्या माध्यमातून अनुभवता येणार आहे.हे त्यांच्या

गझलाविषयी अस सांगता येईल कि,

शब्दांत भावनांचे...अस्तित्व शोधते ती

काळीज हुंदक्यांना गझलेत बांधते ती...

शब्दांशी बोलत जाणारी कवयित्री गझलेकडे वळल्यावर गझले एवढीच निष्ठा कवितेवरही ठेवते आणि दोघींनाही आपलं मानून मनमुराद लिहित राहते. ही एक वैशिष्ट्येपूर्ण बाब सांगता येईल. रसिकांच्या भेटीस आलेला "गूढ अंतरीचे" हा गझल संग्रह श्री.आणि सौ.घोडके यांच्या विवाह वाढदिवसानिमित्त प्रकाशित होत आहे . प्रस्तुत गझल संग्रह रसिक मनाची गझलेची भूक नक्कीच पूर्ण करील अशी आशा आहे.

गझलकारा घोडके यांचे अभिनंदन आणि पुढील लिखाणास आभाळभर मंगलमय शुभेच्छा...

प्रमोद जगताप फलटणकर

ऋणनिर्देश, पावती

कोवळ्या शब्दांना..
साजिरा आकार देते!
कळी सम अर्थाला..
फुला सम बोध देते!

नमस्कार ,

मी प्रियांका वैभव घोडके, राहणार शिक्षणाचे माहेर घर पुणे, शिक्षण बी. ए , असून मी सध्या कॉम्पुटर ऑपरेटर म्हणून आकुर्डी येते कार्यरत आहे. मी जे काही माझ्या साहित्यात लिहिले आहे ते माझ्या अनुभवावरून, कल्पना शक्ती तून, वाचनातून आणि गुरुंच्या मार्गदर्शनातून लिहिण्याचा प्रयत्न....

"गुढ अंतरीचे" हा प्रथम गझल संग्रह वाचकांच्या हाती जाणार याचा खूप आनंद होत आहे. मी एक सामान्य लिखाण करणारी व्यक्ती आहे. घर काम, ऑफिस काम, मुले सांभाळणे, हे करून साहित्य रचनांची आवड जोपासत आहे. या साहित्य लेखनात, या प्रवासात माझे जीवन साथी, माझे पती श्री वैभव घोडके त्यांचा मोलाचा वाटा आहे. मला एक योग्य जोडीदार भेटले आहेत याचा मला खुप आनंद आहे.

२९ नोव्हेंबरला माझ्या लग्नाचा वाढदिवस, यानिमित्ताने हा गझल संग्रह मध्ये साकार करण्याचा हेतु आहे. या संग्रहात सर्व गझल समाविष्ट नाहीत. निवडक गझल प्रविष्ट आहेत. अर्थांचा, मात्रांचा आणि वृतांचा त्यात योग्य समन्वय साधन्याचा प्रयत्न केला आहे. त्याआधी फक्त कविताच व कथा लिखाण करत होते आणि याच वेळी आदरणीय, गझल गुरु, शाहीर श्री प्रमोद जगताप (फलटणकर) यांच्या मार्गदर्शनाखाली गझल बांधणे शिकले. आणि

लिखाणाच्या त्रुटी कमी होण्यास मदत झाली. त्यांचे मानावे तेवढे आभार कमीच व अविस्मरणीय. तरीही फुल ना फुलाची पाकळी देण्याचा हेतु म्हणून खास उल्लेख .

"गुढ अंतरीचे" हा माझा पहिला गझल संग्रह, प्रकाशित करताना मला खूप आनंद होतो आहे. मला विश्वास आहे की वाचकांना हा संग्रह वाचताना आपल्या जीवनाशी मेळ खाणारा भासेल.

आपल्या अमूल्य समीक्षां अपेक्षित .

मनःपूर्वक आभार

सौ. प्रियांका वैभव घोडके.

नांदी, प्रस्तावना

कोवळ्या शब्दांना..
साजिरा आकार देते!
कळी सम अर्थाला..
फुला सम बोध देते!

नमस्कार ,

मी प्रियांका वैभव घोडके, राहणार शिक्षणाचे माहेर घर पुणे, शिक्षण बी. ए , असून मी सध्या कॉम्पुटर ऑपरेटर म्हणून आकुर्डी येते कार्यरत आहे. मी जे काही माझ्या साहित्यात लिहिले आहे ते माझ्या अनुभवावरून, कल्पना शक्ती तून, वाचनातून आणि गुरुंच्या मार्गदर्शनातून लिहिण्याचा प्रयत्न....

"गुढ अंतरीचे" हा प्रथम गझल संग्रह वाचकांच्या हाती जाणार याचा खूप आनंद होत आहे. मी एक सामान्य लिखाण करणारी व्यक्ती आहे. घर काम, ऑफिस काम, मुले सांभाळणे, हे करून साहित्य रचनांची आवड जोपासत आहे. या साहित्य लेखनात, या प्रवासात माझे जीवन साथी, माझे पती श्री वैभव घोडके त्यांचा मोलाचा वाटा आहे. मला एक योग्य जोडीदार भेटले आहेत याचा मला खुप आनंद आहे.

२९ नोव्हेंबरला माझ्या लग्नाचा वाढदिवस, यानिमित्ताने हा गझल संग्रह मध्ये साकार करण्याचा हेतु आहे. या संग्रहात सर्व गझल समाविष्ट नाहीत. निवडक गझल प्रविष्ट आहेत. अर्थांचा, मात्रांचा आणि वृत्तांचा त्यात योग्य समन्वय साधन्याचा प्रयत्न केला आहे. त्याआधी फक्त कविताच व कथा लिखाण करत होते आणि याच वेळी आदरणीय, गझल गुरु, शाहीर श्री प्रमोद जगताप (फलटणकर) यांच्या मार्गदर्शनाखाली गझल बांधणे शिकले. आणि

लिखाणाच्या त्रुटी कमी होण्यास मदत झाली. त्यांचे मानावे तेवढे आभार कमीच व अविस्मरणीय. तरीही फुल ना फुलाची पाकळी देण्याचा हेतु म्हणून खास उल्लेख .

"गुढ अंतरीचे" हा माझा पहिला गझल संग्रह, प्रकाशित करताना मला खूप आनंद होतो आहे. मला विश्वास आहे की वाचकांना हा संग्रह वाचताना आपल्या जीवनाशी मेळ खाणारा भासेल.

आपल्या अमूल्य समीक्षां अपेक्षित .

मनःपूर्वक आभार

सौ. प्रियांका वैभव घोडके.

1. वाटते आजही

वाटते आजही...मी पुकारू नये
टोमणे तू मला... काय मारू नये
होत आहे मला... त्रास तो आज का
तू कधी ही मला... रे विचारू नये
खोट का सार का...ही कळो रे तुला
कारणे मात्र ती... तू झुगारू नये
मानवांनी मना...ला जपावे तरी
रोज डोळ्यात पा...णी चितारू नये
रागवूनी मला... बोललाशी असा
नात ते कोणते... तू फुलारु नये

अध्याय2

आज माझी बघा हार झाली कशी
सांग का ती प्रिया ठार झाली कशी
सोसवेना तिला त्रास झाला कसा
वाटते का तिला भार झाली कशी
आठवांना कसे सोडवेना पहा
भावनेने मुकी तार झाली कशी
साद घाली कुणा वाट पाही अशी
रात जीवावरी स्वार झाली कशी
काय शंका मला तू विचारू नको
वेदनेने जशी वार झाली कशी

अध्याय ३

केसात माळलेले
ते फुल मंत्रलेले
तू शेवटी मलाही
का सांग सोडलेले

पासंग सांजवेळी
नयनात तोललेले
खोडून टाक तेही
हृदयात रेखलेले

ते दृश्य पापणीला
टोचून दाटलेले
ठेवीन मी जपूनी
तु काय बोललेले

अध्याय4

रूसवे नी फूगवे रे साजना आता नको
बंधनाचे पाश ही रे साजना आता नको
भांडणे होतील थोडी फार काही आजही
तो दुरावा ही मला रे साजना आता नको
मान ठेवूया मनापासून दोघांनी जरा
नेहमीचे तोडने रे साजना आता नको
ही प्रिया तूझी असावी तेवढेची वाटते
ते झुरनेही मला रे साजना आता नको
जोडले मी माझिया ही वैभवा नावातही
आठवांचा त्रास ही रे साजना आता नको

अध्याय 5

हा भोग ठाव होता
माझाच घाव होता
सारेच सोडले मी
खोटाच डाव होता
सोडून ज्यास आले
माझाच गाव होता
माझ्या मनी तसाही
त्याचाच भाव होता
कोडे बरेच मोठे
सुटण्यास वाव होता
हृदयात बैसलेला
माझाच राव होता

अध्याय6

काळजाचे घाव आता हे भरावे वाटते
वादळांनी आज त्या मागे फिरावे वाटते
ओंजळीने रोज तोची दर्प हुंगला जरी
त्याचसाठी काम थोडेसे करावे वाटते
वेदनेच्या आठवांना झाडुनी द्यावे कसे
माझियासाठी जरा कोणी झुरावे वाटते
पंढरीच्या पांडुरंगा आस आहे आजही
पाय माऊली सुखासाठी धरावे वाटते
आयुष्याला लाभणारे भोग काही काळ रे
दूर जावे सांगनारे मन सरावे वाटते
जीवनी ह्या माणसाने आपले नाते प्रिया
गुंफताना हात हाती शपथ घ्यावी वाटते

अध्याय7

भेटण्याची वाटते का आज काही आस रे
दूर केले का असे तू थांब काही तास रे
सोसले मी आगळेची का कसे सांगायचे
घे तु थोडे सावरूनी रूसवा तो बास रे
प्रेम केले आज तुझवर काय सांगू मी किती
टाक आता तू करूनी आज मजला पास रे
जीवनाने जोडलेली खूप नाती तोडली
आपल्यांची या मनाने का धरावी कास रे
सांजवेळी वाटते रे सोबतीला तू हवा
भोवताली दरवळावा मोगऱ्याचा वास रे

अध्याय8

अभागी जीवनी काही असे होते
कुणाला का कळेना ते कसे होते
नफा थोडा नसावा का नशीबी ह्या
सदा तोट्यात जीवाचे हसे होते
मनाला पाहिजे काही तरी थोडे
जगायाला खुशीने फारसे होते
बघावी का कधी स्वप्ने सुखाची मी
समाधानी विचाराने जसे होते
उराशी बाळगावे मी सुखांना ह्या
प्रियाला वाटते काही छानसे होते

9. पावसाळा

पावसाळा आणतो का सोबतीला पूर हा
भोवताली का असे तो माजवी काहूर हा
त्या पिकांची वाट तू रे लावतो का सांगना
बोल थोडे होत आहे का बघा तो क्रूर हा
सोडतो तो जीव त्याचा काळजीने त्रासुनी
जीवनाच्या वेदनेने होतसे कापूर हा
पीक सारे वाहताना का खचूनी झेलतो
राहतो या सुखाच्या पासुनी का दूर हा
कोणता हा दोष त्याचा फायदा नाही कधी
वाटतो मज या पिकाचा कायदा मंजूर हा

अध्याय10

कुणाचे वागणे हे का खरे नाही

उगा खोटे दिखाव्यांचे खरे नाही

भुलावे ना कधी त्या माणसांना ही

दया माया करावी ते खरे नाही

नसावा तो सलोखा ही कुणाशीही

तयांच्या रे विश्वासाचे खरे नाही

दुरूनी त्या करावा हात लोकांना

कधी त्यांच्या भरोश्याचे खरे नाही

प्रियाला नेहमी तेची विचारावे

तिही ते सांगते त्यांचे खरे नाही

अध्याय11

आज काही बोलते शुद्धीत मी
वागते का काय रे विपरीत मी
वाटते ना घालवूनी रूसवा
ती जपावी आपली रे प्रीत मी
पाळते आहे घराण्याची सदा
आजही आपूलकीने रीत मी
सोडली आहे जराशी लाज ही
आज नाही रे कुणाला भीत मी
प्रेम केले होत ना तू ही खरे
का रहावे सांग तू आश्रीत मी

अध्याय12

मोगऱ्यावानी फुलाया लागले
घाव सारे मावळाया लागले
आठवांना मी जुन्या त्या आज रे
आसवांनी विस्कटाया लागले
दूर जाशी रूसुनी तू ही मला
अंतरी मी घाबराया लागले
जीवनी ह्या सोबतीला पाहिजे
ती बिचारे सावराया लागले
ते सुखाचे क्षण थोडे आजही
सांजवेळी सापडाया लागले

अध्याय13

सोसताना हासण्याचा सूर दे
आठवांचे आज ते काहूर दे
वादळांनी मोडला रे डाव हा
सावराया तू मला तो ऊर दे
जीवनाची चालताना वाट ही
आज तू आधार देण्या शूर दे
गुंतलेल्या भावनांना ये प्रिया
ओघळाया पापण्यांना पूर दे
कोंडलेला श्वास माझा रोखण्या
तू जरासा शेवटाला धूर दे

अध्याय14

छान आहे असे सांगणारी
पाठमोरे तरी बोलणारी
लोक आली नशीबी कशाला
नाव का ती उगा ठेवणारी
जीवनी हायसे काय नाही
का तरीही सलग चालणारी
कारणे ती नसावी तरीही
भांडणे काढुनी पाळणारी
मान थोडा प्रिया मोजताना
माणसे सारखी गाळणारी

अध्याय15

तू मला का पुन्हा आठवावे
सांजवेळी मना सावरावे
का कुणाची भिती बोलताना
काळजातूनी रे बोलवावे
भेटण्याची तुला ओढ वाटे
वेदनेचा घाव आता बघावे
अंतरी भावला वागताना
जीवनातील थोडे सरावे
संपलेले पुन्हा जोड नाते
तू प्रिया आज ते करावे

अध्याय16

कधी ती फुलेही विकावी का
मला तू दिलेलीच द्यावी का
नको वाटते त्रास व्हावा तो
पुन्हा मी कधी सांग घ्यावी का
नको साठवाया कुठेही ती
मनातच जरा गोठवावी का
बगीचे प्रितीने फुलावे रे
मनाला पुरेशी मिळावी का
तुला प्रेम देण्यात थोडीही
प्रिया ही कमी ती पडावी का

अध्याय17

पुन्हा का तुला आळवावे रे
मनाला उगा का छळावे रे
बहाणे करोनी जरासे तू
नको त्रास देऊ कळावे रे
मलाही मनाचे पुसावे ना
उगाची तसे का पिळावे रे
अशी आसवे ही दडवलेली
कसे हुंदके मी गिळावे रे
गतप्राण होती असे ठोके
कसे स्पंदनाने जुळावे रे
नको सोबती मतलबाचे ते
अन् सुंठे विना ते टळावे रे
मला लालसा ना प्रिया कसली
असे हे सरण ही जळावे र

अध्याय18

भास रे
ध्यास रे
जीवनी
खास रे
रूसवे
बास रे
भेटण्या
आस रे
भोगते
त्रास रे
वाटतो
फास रे

अध्याय19

किती काय कामे करावे मी
कुठे जावुनी रे दडावे मी
कुणाला मनाचे कळेना ही
अता पाय सांगा धरावे मी
मिटावी जराशी कहाणी ती
कधी घाव काही भरावे मी
उगाची कमी द्या मला टोले
कधी ना मनाने गळावे मी
तमाशा करूनी तशा लोका
भिवूनी कशाला पळावे मी

अध्याय20

टोल रे
झोल रे
संपली
ओल रे
वाटना
मोल रे
नातही
फोल रे
वाटते
खोल रे
वाजवी
ढोल रे

21. दान

ह्या महागाईत सांगा मी कुणाला दान देऊ
जीवनी ह्या रोज थोडा माणसांना मान देऊ
पोरके केले घराशी पावसाने आज काही
घाव सारे भोगणाऱ्या कोणते अस्मान देऊ
वाटते द्यावे जरासे ओंजळीने रोज थोडे
वादळाना रोखन्याला कोणते रे स्थान देऊ
शासनाने तातडीने काम घ्यावे आज हाती
सोसणाऱ्या जीवनी ह्या तो जरा सन्मान देऊ
वाचला तो जीव आहे का तरीही भोगतो रे
वाटते मी त्याच हाती प्रेम त्याला वान देऊ

अध्याय22

सांगना तू मला, पाहिलेही कुठे
दूर मी लोटले,शोधलेही कुठे
आजही आठवी आठवांना सख्या
माझ म्हणणारे भेटलेही कुठे
साथ मिळो मला वाटते नेहमी
नात दोघांच रे संपलेही कुठे
कोण जाणे मिळावी तुझी साथही
जीवनाचे सुख मोजलेही कुठे
वेदना सोसल्या आजही सोसते
मी तरी ही कधी थांबलेही कुठे

अध्याय23

वाटते आजही...मी पुकारू नये
टोमणे तू मला... काय मारू नये
होत आहे मला... त्रास तो आज का
तू कधी ही मला... रे विचारू नये
खोट का ही अशी ...हे कळो रे तुला
कारणे मात्र ती... तू झुगारू नये
मानवांनी मना... बघ जपावे तरी
रोज डोळ्यात का .. ते चितारू नये
रागवूनी मला... बोललाशी असा
जोड ती कोणती... तू फुलारू नये

अध्याय24

हा भोग ठाव होता
माझाच घाव होता
सारेच सोडले मी
खोटाच डाव होता
सोडून ज्यास आले
माझाच गाव होता
माझ्या मनी तसाही
त्याचाच भाव होता
कोडे बरेच मोठे
सुटण्यास वाव होता
हृदयात बैसलेला
माझाच राव होता

अध्याय25

केसात माळलेले
ते फुल मंत्रलेले
तू शेवटी मलाही
का सांग सोडलेले
पासंग सांजवेळी
नयनात तोललेले
खोडून टाक तेही
हृदयात रेखलेले
ते दृश्य पापणीला
टोचून दाटलेले
ठेवीन मी जपूनी
तू काय बोललेले

अध्याय26

प्रेम हे ढळायचे पुन्हा
नाव सांग द्यायचे पुन्हा
शांत राहुनी कसे रुही
आसवे गिळायचे पुन्हा
आठवांनी जाणले जरी
मोकळे हसायचे पुन्हा
घाव भोगु आजही कसे
मोगऱ्याने फुलायचे पुन्हा
स्वाभिमान मोडुनी प्रिया
माणसात न्यायचे पुन्हा

अध्याय27

का रोज रोज काही सांगायचे कुणाला
नाही कधी मलाही बोलायचे कुणाला
बोलून होत आहे वाईट सारखे मी
भांडून का उगाची जाळायचे कुणाला
वाटेत माळरानी सोडेल का मलाही
तेव्हाच मी कशी रे शोधायचे कुणाला
सोडून सर्व द्यावे काही नको मनाला
जाणीवही करुनी लोटायचे कुणाला
मी गोंधळून जाते कोड्यात टाकल्यावर
रागात त्या प्रमोदा मारायचे कुणाला

अध्याय28

मंद वारा खास आहे
का तुझा हा ध्यास आहे...
धुंद आशा चंदण्यांचा
रोजचा हा भास आहे...
माळलेल्या मोगऱ्याचा
केवढा हा वास आहे....
उमलणाऱ्या त्या कळीला
काय सांगू त्रास आहे....
लागली बघ या जिवाला
भेटण्याची आस आहे...
सांग आता काय झाले
आज देतो फास आहे...

अध्याय29

कसे अंगणी फेकले आज फासे
किती सांग झाले तुलाही खुलासे
किती सोसले मी मलाही कळेना
उगाची देत होता कशाचे दिलासे
कधी पाहतो का घरातील कामे
बघूनी मला देत आहे उसासे
सुखाच्या दिसाचे सुटावे न कोडे
लपूनी बसूनी रडावे जरासे
सुखाची अपेक्षा असावी जराशी
मिळावे असे की रहावे न प्यासे

अध्याय 30

सोडले मी आज माझे वाटणारे दार आता
खोडले मी शूल सारे टोचणारे फार आता
सोसवेना दोघडीचा खेळ सारा तो मलाही
भोगुनीया शमवले मी यातनांचे वार आता
आपलेही वाटणारी जोड का रे तोडतो तू
साथ माझी सोडली तू आज झाली हार आता
थांबली ना बायकोही आज तूझी स्वाभिमानी
वाटते ही भिडणारी आजची ती नार आता
लेकराची कोण प्रिया, का परीक्षा घेत आहे
थोपवी डोळ्यातली ही वाहणारी धार आता

अध्याय 31

सांग माझ्या मना
आजच्या वेदना
जीवनाने किती
भोगल्या यातना
माणसांच्या मनी
पाहिली वंचना
का अशी अंतरी
जागली भावना
भोग संपेलही
या प्रिया अंत ना

अध्याय 32

हाव काही फुलांची
साथ ती आठवांची
वाट ही होत आहे
का विरोधी दिशांची
कोण ना मैफलीला
लूट त्या रे क्षणांची
छंद होता मनाला
साथ काही स्वरांची
वाटते त्या क्षणाला
भेट व्हावी मनांची

अध्याय33

वेदनांचा त्रास आहे
सोबतीला फास आहे
वाहताना आसवांना
कोंडलेला श्वास आहे
सोबतीला रोज यावा
तूच माझा खास आहे
सांगताना आज माझ्या
आठवांचा भास आहे
उमलनाऱ्या त्या कळीला
काय सांगू त्रास आहे.

अध्याय34

भावरूपी दंग होतो
जीवनाचा रंग होतो
सोबतीला तू हवा ना
आठवांचा संग होतो
सोबतीने रोज माझ्या
बोलण्याने तंग होतो
बोलण्याचा भास काही
आठवांचा भंग होतो
आसवांचा पूर येता
काफिया बेरंग होतो..

अध्याय35

भुकेने ते मरत होते
कशासाठी फिरत होते
जगाला दोष देऊनी
मनातूनी झुरत होते
चुका होत्या कुणाच्याही
सजा दंडी भरत होते
दडपलेले कसे सारे
भितीने बडबडत होते
मनाचा तोल सावरुनी
उतारी ना ढळत होते

अध्याय 36

वृत्त मंजुघोषा
गालगागा गालगागा गालगागा
सांजवेळी सोबतीला येत आहे
आठवांची खास काळी रात आहे
सावरावे का मला ती सांगणारी
आपली ही वाटणारी बात आहे
जीवनाच्या पाय वाटा मोजणारी
जाळणारी पेटलेली वात आहे
पाठमोरी सावली ही पाहवेना
टाकलेली ही कुणाची कात आहे
सांग माझा दोष आहे काय आता
दंड देती माणसांची जात आहे

अध्याय37

घे तुझ्या ही पावलांना सोबतीला
वाट पाही वाट माझी संगतीला
ही विधाने लेखलेली बोध देती
भाव ऐसे भाव देती लेखणीला
सांग काही या मनाला भावणारे
कान माझे कान होती ऐकण्याला
माळरानी चालताना हात देते
घाट घालू घाट दोघे पाहण्याला
आज प्रिया सांगताहे साजनाला
जात माझी जात होती भेटण्याला

अध्याय38

कोण जाणे मी कशा रंगात होते
रंगलेले काय गाणे गात होते
सारखे माझ्या मनाशी बोलते मी
वादळाचे जीवनी आघात होते
साथ मी ही सोडली ना रे सख्याची
तेवणारी बघ अखंडच वात होते
सांग माझा सोसवेना भार काही
बांधले मीही तुला माझ्यात होते
रोज आले पुष्प माझ्या सोबतीला
सांगताना शूल ही शोधात होते
कोण नसते आज कोणी ही कुणाचे
सूत्र प्रीया आज हे ताब्यात होते

अध्याय 39

सांजवेळ रंगणारी
मैफिलींना भाळणारी
आठवांना साद घाली
रातराणी नांदणारी
वेळ का ती आज माझी
वाटते ही जाळनारी
दरवळाने आज वाटे
रात्र कैसी मोहनारी
वाटते ती बाग सारी
या प्रियाची बहरणारी

अध्याय40

आठवांच्या सोबतीने
आज का मी दंग होतो
श्वास माझा आज काही
सांग ना का तंग होतो
भास काही होत आहे
आठवांचा भंग होतो
सोडवेना संग हा मग
मीलनाचा रंग होतो
सांग प्रिया तूच आता
दोष कोणा संग होतो

अध्याय41

मीच केला घाट आता
मोजते ही वाट आता
दोष सांगा काय माझा
भोगते मी नाट आता
चुक होती माफ केले
होत आहे हाट आता
बोल तूही आज काही
मोकळा हा पाट आता
राख आहे ही प्रिया रे
अंत आहे थाट आता

अध्याय42

छंद द्यावे
छंद घ्यावे
स्वप्न त्यांचे
ना विरावे
या जीवाला
खूप नावे
आज वाटे
खिन्न व्हावे
ह्या फुलाने
मोहरावे
तू कधीही
ना हरावे

अध्याय43

सती

लगा लगागा

तुला कळावे

बुरे ढळावे

मनी उगा का

प्रिया छळावे

क्षणात काही

सख्या जुळावे

क्षमा करूनी

पुढे वळावे

ती चूक होता

कुठे पळावे

समाप्त.....

www.ingramcontent.com/pod-product-compliance
Lightning Source LLC
Chambersburg PA
CBHW031430160726

47993CB00003B/1482